AF448324

Tủ Sách Bảo Anh Lạc 87

NGHI THỨC LỄ VU LAN

(Rằm Tháng 7 Trăng Tròn)

Thích Nữ Giới Hương
biên soạn

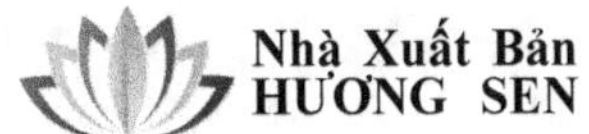

Nhà Xuất Bản
HƯƠNG SEN

HƯƠNG SEN PUBLISHER

Huong Sen Buddhist Temple

19865 Seaton Avenue,

Perris, CA 92570, USA

Tel: 951-657-7272, Cell: 951-616-8620

Email: huongsentemple@gmail.com,

thichnugioihuong@yahoo.com

Facebook:https://www.facebook.com/huongsentemple

Web: www.huongsentemple.com

First edition © 2024 Huong Sen Buddhist Temple

MỤC LỤC

CÚNG HƯƠNG

(Qùi ngay thẳng, cầm 3 cây hương dâng ngang trán, chủ lễ niệm)

Nguyện dâng hương mầu nầy
Cúng dường tất cả Phật
Tôn Pháp, chư Bồ Tát
Thinh Văn và Duyên Giác
Cùng các bậc Thánh Hiền
Duyên khởi đài sáng chói
Khắp xông mười phương cõi
Tỏa ngát các chúng sanh
Đều phát tâm Bồ Đề
Xa lìa các vọng nghiệp
Trọn nên Đạo Vô Thượng.
Nam Mô Hương Cúng Dường Bồ Tát
Ma Ha Tát. (o) (1 xá)

CẦU NGUYỆN

Hôm nay lễ Vu Lan, Rằm Tháng bảy, ngày Chư Tăng ra hạ sau ba tháng an cư, đem đức lành chú nguyện cứu độ các vong linh trong địa ngục, đệ tử chúng con (chủ lễ) là.... và các Phật tử Chùa Hương Sen, đạo tràng Perris, California, vân tập tại đại hùng bảo điện chùa Hương Sen, Perris, California, Hoa Kỳ, thành tâm thiết lễ Vu Lan, cúng dường hương hoa bánh trái, đốt nén tâm hương, dốc lòng bái thỉnh, nguyện trì tụng Kinh Vu Lan Bồn và Phụ Mẫu Báo Ân, xưng tán Hồng Danh, tu hành công đức.

Chúng con kiền thành cung thỉnh mười phương Chư Phật, Đức Bổn Sư Thích Ca Mâu Ni Phật, Tiếp dẫn đạo sư A Di Đà Phật, cùng các vị Bồ tát, tịnh đức chúng tăng, từ bi gia hộ cho các hương linh Phật tử.... (quý danh hay đệ tử chúng con), cùng tất cả chúng sanh, sớm rõ đường lành, thoát vòng mê muội, ra khỏi u đồ, siêu sanh lạc quốc. Ngưỡng mong oai đức cao dầy, xót thương tiếp độ. (o) (1 xá).

Nam Mô Phật Pháp Tăng thường trụ khắp mười phương tác đại chứng minh. (3 lần) (o)

KHEN NGỢI PHẬT

Đấng Pháp Vương vô thượng
Ba cõi chẳng ai bằng
Thầy dạy khắp trời, người
Cha lành chung bốn loài
Quy y tròn một niệm
Dứt sạch nghiệp ba kỳ
Xưng dương cùng tán thán
Ức kiếp không cùng tận. (o) (1 xá)

QUÁN TƯỞNG PHẬT

Phật, chúng sanh tánh thường rỗng lặng
Đạo cảm thông không thể nghĩ bàn
Lưới đế châu ví đạo tràng
Mười phương Phật hiện hào quang sáng ngời
Trước bảo tọa thân con ảnh hiện
Cúi đầu xin thệ nguyện quy y. (o)

ĐẢNH LỄ

(Đại chúng đồng tụng)

Chí tâm đảnh lễ:

Nam Mô tận hư không biến pháp giới quá, hiện, vị lai thập phương chư Phật, Tôn Pháp Hiền Thánh Tăng thường trụ Tam Bảo. (o) (1 lạy)

Chí tâm đảnh lễ:

Nam Mô Ta Bà Giáo Chủ Bổn Sư Thích Ca Mâu Ni Phật, Đương Lai Hạ Sinh Di Lặc Tôn Phật, Đại Trí Văn Thù Sư Lợi Bồ Tát, Đại Hạnh Phổ Hiền Bồ Tát, Hộ Pháp Chư Tôn Bồ Tát, Linh Sơn Hội Thượng Phật Bồ Tát. (o) (1 lạy)

Chí tâm đảnh lễ:

Nam Mô Tây Phương Cực Lạc Thế Giới Đại Từ Đại Bi A Di Dà Phật, Đại Bi Quán Thế Âm Bồ Tát, Đại Thế Chí Bồ Tát, Đại Nguyện Địa Tạng Vương Bồ Tát, Thanh Tịnh Đại Hải Chúng Bồ Tát. (o) (1 lạy)

TÁN DƯƠNG CHI

(Mời ngồi xuống và khai chuông mõ)

Cành dương nước tịnh nhiệm mầu

Rưới tắt muôn vàn cảnh khổ đau

Chư Thiên mát mẻ, tâm thanh tịnh

Nhân thế vui tươi, cảnh an nhàn

Cam lồ rưới khắp trần gian

Lửa sân dứt sạch, sen vàng nở hoa.

Nam Mô Thanh Lương Địa Bồ Tát Ma Ha Tát.
(3 lần) (o)

CHÚ ĐẠI-BI

Nam Mô Đại Bi Hội Thượng Phật Bồ Tát.
(3 lần) (o)

Thiên thủ thiên nhãn vô ngại đại-bi tâm đà-la-ni.

Nam Mô hắc ra đát na, đa ra dạ da. Nam Môa rị da, bà lô yết đế, thước bát ra da, Bồ-đề tát đỏa bà da, ma ha tát đỏa bà da, ma ha ca lô ni ca da, án, tát bàn ra phạt duệ số đát na đát tỏa.

Nam Mô tất kiết lật đỏa y mông a rị da, bà lô kiết đế thất Phật ra lăng đà bà.

Nam Mô na ra cẩn trì hê rị ma ha bàn đa sa mế, tát bà a tha đậu thâu bằng, a thệ dựng, tát bà tát đa, na ma bà già, ma phạt đạt đậu, đát điệt tha.

Án a bà lô hê, lô ca đế, ca ra đế, di hê rị, ma ha bồ-đề tát đỏa, tát bà tát bà, ma ra ma ra, ma hê ma hê, rị đà dựng, cu lô cu lô kiết mông, độ lô độ lô, phạt xà da đế, ma ha phạt xà da đế, đà ra đà ra, địa rị ni, thất Phật ra da, dá ra dá ra. Mạ mạ phạt ma ra, mục đế lệ, y hê y hê, thất na thất na a ra sâm Phật ra xá-lợi, phạt sa phạt sâm, Phật ra xá da, hô lô hô lô ma ra, hô lô hô lô hê rị, ta ra ta ra, tất rị tất rị, tô rô tô rô, bồ-đề dạ bồ-đề dạ, bồ-đà dạ, bồ-đà dạ, di đế rị dạ, na ra cẩn trì địa rị sắc ni na, ba dạ ma na ta bà ha. Tất đà dạ ta bà ha. Ma ha tất đà dạ ta bà ha. Tất đà du nghệ thất bàn ra dạ, ta bà ha. Na ra cẩn trì ta bà ha. Ma ra na ra ta bà ha. Tất ra tăng a mục khê da, ta bà ha. Ta bà ma ha, a tất đà dạ, ta bà ha. Giả kiết ra a tất đà dạ, ta bà ha. Ba đà ma yết tất đà dạ, ta bà ha. Na ra cẩn trì bàn đà ra dạ, ta bà ha. Ma bà lị thắng yết ra dạ, ta bà ha.

Nam Mô hắc ra đát na, đa ra dạ da. Nam Mô a rị da, bà lô yết đế, thước bàng ra dạ, ta bà ha.

Án tất điện đô, mạn đa ra, bạt đà dạ, ta bà ha.
(3 lần) (o)

Nam mô Thập phương Thường trú Tam Bảo.
(3 lần) (o)

KỆ SÁM HỐI

Xưa kia gây nên bao ác nghiệp
Đều vì nhiều kiếp tham sân si
Do thân miệng ý phát sinh ra
Tất cả con nay xin sám hối.

Bao nhiêu tội lỗi sâu dường ấy
Nguyện đều tiêu diệt hết không còn
Niệm niệm trí soi khắp Pháp giới
Độ hết chúng sinh không thoái chuyển. (o)
Nam Mô Cầu Sám Hối Bồ Tát Ma Ha Tát.
(3 lần) (o)

KỆ KHAI KINH

Thăm thẳm cao siêu Pháp nhiệm mầu
Trăm ngàn muôn kiếp khó tìm cầu,
Con nay nghe thấy chuyên trì niệm,
Nguyện tỏ Như Lai nghĩa nhiệm mầu.
Nam Mô Bổn Sư Thích Ca Mâu Ni Phật. (3 lần) (o)
Nam Mô Đại Hiếu Mục Kiền Liên Bồ Tát Ma
Ha Tát. (3 lần) (o)

PHẬT NÓI KINH VU LAN BỒN

Một thuở nọ Thế Tôn an trụ

Xá Vệ thành Kỳ Thụ viên trung

Mục Liên mới đặng lục thông

Muốn cho cha mẹ khỏi vòng trầm luân.

Công dưỡng dục thâm ân dốc trả

Nghĩa sanh thành đạo cả mong đền

Làm con hiếu hạnh vi tiên

Bèn dùng huệ nhãn, dưới trên kiếm tìm.

Thấy vong mẫu sanh làm ngạ quỉ

Không uống ăn tiều tụy hình hài

Mục Liên thấy vậy bi ai

Biết mẹ đói khát ai hoài tình thâm.

Lo phẩm vật đem dâng từ mẫu

Đặng đỡ lòng cực khổ bấy lâu

Thấy cơm mẹ rất lo âu

Tay tả che đậy, hữu hầu bốc ăn.

Lòng bỏn xẻn tiền căn chưa dứt

Sợ chúng ma cướp giựt của bà
Cơm đưa chưa đến miệng đà
Hóa thành lửa đỏ, nuốt mà được đâu. (o)

Thấy như vậy âu sầu thê thảm
Mục Kiền Liên bi thảm xót thương
Mau mau về chốn giảng đường
Bạch cùng Sư Phụ tìm phương giải nàn.

Phật mới bảo rõ ràng căn cội
Rằng mẹ ông gốc tội kết sâu
Dầu ông thần lực nhiệm mầu
Một mình không thể khấn cầu được đâu.

Lòng hiếu thảo của ông dầu lớn
Tiếng vang đồn thấu đến Cửu Thiên
Cùng là các bực Thần kỳ
Tà ma ngoại đạo, bốn vì Thiên Vương.

Cộng ba còi sáu phương tụ tập
Cũng không phương cứu tế mẹ ngươi
Muốn cho cứu được mạng người
Phải nhờ thần lực của mười phương Tăng. (o)

Pháp cứu thế ta toan giảng nói
Cho mọi người thoát khỏi ách nàn
Bèn kêu Mục thị đến gần
Truyền cho diệu pháp ân cần thiết thi:

Rằm tháng Bảy là ngày Tự Tứ
Mười phương Tăng đều dự lễ này
Phải toan sắm sửa chớ chầy
Thức ăn trăm món, trái cây năm màu.

Lại phải sắm giường nằm nệm lót
Cùng thau, bồn, đèn đuốc nhang, dầu
Món ăn tinh sạch báu mầu
Đựng trong bình bát vọng cầu kính dâng.

Chư Đại đức mười phương thọ thực
Trong bảy đời sẽ được siêu thăng
Lại thêm cha mẹ hiện tiền
Đặng nhờ phước lực tiêu khiên ách nàn.

Vì ngày ấy Thánh Tăng đều đủ
Dầu ở đâu cũng tự hội về

Như người thiền định sơn khê
Tránh điều phiền não chăm về thiền na.

Hoặc người đặng bốn tòa đạo quả
Công tu hành nguyện thỏa vô sanh
Hoặc người thọ hạ kinh hành
Chẳng ham quyền quý ẩn danh lâm tòng. (o)

Hoặc người được lục thông tấn phát
Và những hàng Duyên Giác, Thinh Văn
Hoặc chư Bồ Tát mười phương
Hiệu hình làm sãi ở gần chúng sanh.

Đều trì giới rất thanh, rất tịnh
Đạo đức dày chánh định chơn tâm
Tất cả các bực Thánh, Phàm
Đồng lòng thọ lãnh bát cơm lục hòa.

Người nào có sắm ra vật thực
Để cúng dường Tự Tứ Tăng thời
Hiện tiền phụ mẫu của người
Bà con quyến thuộc thảy đều nhờ ơn.

Tam đồ khổ chắc rằng ra khỏi

Cảnh thanh nhàn hưởng thọ tự nhiên.

Như còn cha mẹ hiện tiền

Nhờ đó cũng được bá niên thọ trường.

Như cha mẹ bảy đời quá vãng

Sẽ hóa sanh về cõi thiên cung

Người thời tuấn tú hình dung

Hào quang chiếu sáng khắp cùng châu thân. (o)

Phật dạy bảo mười phương Tăng chúng

Phải tuân theo thể thức sau này:

Trước khi thọ thực đàn chay

Phải cầu chú nguyện cho người tín gia

Cầu thất thế mẹ cha thí chủ

Định tâm thần quán đủ đừng quên

Cho xong định ý hành thiền

Mới dùng phẩm vật đàn tiền hiến dung.

Khi thọ dụng, nên an vật thực

Trước Phật đài hoặc tự tháp trung

Chư Tăng chú nguyện viên dung

Sau rồi tự tiện thọ dùng bữa trưa.

Pháp cứu tế Phật vừa nói dứt
Mục Liên cùng Bồ Tát chư Tăng
Đồng nhau tỏ dạ vui mừng
Mục Liên cũng hết khóc thương buồn rầu.

Mục Liên mẫu cũng trong ngày ấy
Kiếp khổ về ngạ quỷ được tan.
Mục Liên bạch với Phật rằng:
Mẹ con nhờ sức Thánh Tăng khỏi nàn

Lại cũng nhờ oai thần Tam Bảo
Nếu không thời nạn khổ khó ra
Như sau đệ tử xuất gia
Vu Lan Bồn pháp dùng mà độ sanh.

Độ cha mẹ còn đương tại thế
Hoặc bảy đời có thể được không?
Phật rằng: Lời hỏi rất thông
Ta vừa muốn nói, con liền hỏi theo. (o)

Thiện nam tử, Tỳ kheo nam nữ
Cùng Quốc Vương, Thái Tử, Đại Thần
Tam Công, Tể Tướng, Bá Quan
Cùng hàng lê thứ vạn dân cõi trần.

Như chí muốn đền ơn cha mẹ
Hiện tại cùng thất thế tình thâm
Đến rằm tháng Bảy mỗi năm
Sau khi kiết hạ, chư Tăng tựu về.

Chính ngày ấy Phật Đà hoan hỷ
Phải sắm sanh bá vị cơm canh
Đựng trong bình bát tinh anh
Chờ giờ Tự tứ, chúng Tăng cúng dường.

Đặng cầu nguyện song đường trường thọ
Chẳng ốm đau cũng chẳng khổ chi
Cùng cầu thất thế đồng thời
Lìa nơi ngạ quỉ, sanh về nhơn, thiên. (o)

Đặng hưởng phước nhân duyên vui đẹp
Lại xa lìa nạn khổ cực thân
Môn sanh Phật tử ân cần

Hạnh tu hiếu thuận phải cần phải chuyên.

Thường cầu nguyện thung huyên an hảo
Cùng bảy đời phụ mẫu siêu sanh
Ngày rằm tháng Bảy mỗi năm
Vì lòng hiếu thảo ân thâm phải đền.

Lễ cứu tế chí thành sắp đặt
Ngõ cúng dường chư Phật chư Tăng
Ấy là báo đáp thù ân
Sanh thành dưỡng dục song thân buổi đầu.

Đệ tử Phật lo âu gìn giữ
Mới phải là Thích tử Thiền môn.
Vừa nghe dứt pháp Lan Bồn
Môn sanh tứ chúng thảy đồng hỷ hoan.

Mục Liên với bốn ban Phật tử
Nguyện một lòng tín sự phụng hành.
Trước là trả nghĩa sanh thành
Sau là cứu với chúng sanh muôn loài
Nam Mô Đại Hiếu Mục Kiền Liên Bồ Tát.
(3 lần) (o)

PHẬT NÓI KINH BÁO ÂN PHỤ MẪU

Một thuở nọ, Thế Tôn an trụ

Xá Vệ thành Kỳ Thụ viên trung

Chư Tăng câu hội rất đông

Tính ra đến số hai muôn tám ngàn

Lại cũng có các hàng Bồ Tát

Hội tại đây đủ mặt thường thường. (o)

Bây giờ, Phật lại lên đường

Cùng hàng đại chúng Nam Phương tiến hành

Đến giữa đường, rành rành mắt thấy

Núi xương khô bỏ đấy lâu đời.

Thế Tôn bèn vội đến nơi

Lạy liền ba lạy rồi rơi giọt hồng.

Đức A Nan tủi lòng ái ngại

Chẳng hiểu sao Phật lạy đống xương? (o)

Vội vàng xin Phật dạy tường

Thầy là Từ Phụ ba phương, bốn loài

Ai ai cũng kính Thầy dường ấy

Cớ sao Thầy lại lạy xương khô?

Phật rằng: trong các môn đồ
Ngươi là đệ tử đứng đầu dày công
Bởi chưa biết đục trong cho rõ
Nên vì ngươi ta tỏ đuôi đầu: (o)

Đống xương dồn dập bấy lâu
Cho nên trong đó biết bao cốt hài
Chắc cũng có ông bà cha mẹ
Hoặc thân ta hoặc kẻ ta sinh.

Luân hồi sanh tử, tử sinh
Lục thân đời trước thi hài còn đây
Ta lễ bái kính người tiền bối
Và ngậm ngùi nhớ tới kiếp xưa.

Đống xương hỗn tạp chẳng vừa
Không phân trai gái bỏ bừa khó coi
Ngươi chịu khó xét soi cho kỹ
Phân làm hai, bên nữ bên nam. (o)

Để cho phân biệt cốt phàm
Không còn lộn lạo nữ nam chất chồng
Đức A Nan trong lòng tha thiết

Biết làm sao phân biệt khỏi sai.

Ngài bèn xin Phật chỉ bày
Khó lòng chọn lựa gái trai lúc này
Còn sinh tiền dễ bề sắp đặt
Cách đứng đi ăn mặc phân minh.
Đến khi rã xác tiêu hình
Xương ai như nấy khó nhìn khó phân

Phật mới bảo A Nan nên biết:
Xương nữ nam phân biệt rõ ràng
Đàn ông xương trắng nặng hoằng
Đàn bà xương nhẹ đen thâm dễ nhìn.

Ngươi có biết cớ chi đen nhẹ?
Bởi đàn bà sinh đẻ mà ra
Sanh con ba đấu huyết ra
Tám hộc, bốn đấu sữa hòa nuôi con.

Vì cớ ấy hao mòn thân thể
Xương đàn bà đen nhẹ hơn trai.
A Nan nghe vậy bi ai
Xót thương cha mẹ công dày dưỡng sanh. (o)

Bèn cầu Phật thi ân dạy bảo
Phương pháp nào báo hiếu song thân?
Thế Tôn mới giảng ân cần:
Vì ngươi ta sẽ phân trần, lóng nghe

Thân đàn bà nhiều bề cực nhọc
Sanh đặng con mười tháng cưu mang
Tháng đầu thai đậu tợ sương
Mai chiều gìn giữ sợ tan bất thường.

Tháng thứ nhì dường như sữa đặc
Tháng thứ ba như cục huyết ngưng
Bốn tháng đã tượng ra hình
Năm tháng ngũ thể hiện sinh rõ ràng.

Tháng thứ sáu lục căn đều đủ
Bảy tháng thì đủ bộ cốt xương
Lại thêm đủ lỗ chơn lông
Cộng chung đến số tám muôn bốn ngàn.

Tháng thứ tám hoàn toàn tạng phủ
Chín tháng thì đầu đủ vóc hình
Mười tháng thì đến kỳ sinh

Nếu con hiếu thuận xuôi mình ra luôn. (o)

Bằng ngỗ nghịch làm buồn thân mẫu
Nó vẫy vùng, đạp quấu lung tung
Làm cho cha mẹ hãi hùng
Sự đau, sự khổ không cùng tỏ phân.

Khi sinh sản muôn phần an lạc
Cũng ví như được bạc, được vàng
Thế Tôn lại bảo A Nan:
Ơn cha nghĩa mẹ mười phần phải tin.

Điều thứ nhứt-giữ gìn thai giáo
Mười tháng trường châu đáo mọi bề
Thứ hai-sinh sản gớm ghê
Chịu đau chịu khổ mỏi mê trăm phần.

Điều thứ ba-thâm ân nuôi dưỡng
Cực đến đâu bền vững chẳng lay
Thứ tư-ăn đắng nuốt cay
Để dành bùi ngọt đủ đầy cho con. (o)

Điều thứ năm-lại còn khi ngủ

Ướt mẹ nằm, khô ráo phần con.
Thứ sáu-sú nước nhai cơm
Miễn con no ấm chẳng nhờm chẳng ghê.

Điều thứ bảy-không chê ô uế
Giặt đồ dơ của trẻ không phiền.
Thứ tám-chẳng nở chia riêng
Nếu con đi vắng cha phiền, mẹ lo.

Điều thứ chín-miễn cho con sướng
Dầu phải mang nghiệp chướng cũng cam
Tính sao có lợi thì làm
Chẳng màng tội lỗi, bị giam, bị cầm.

Điều thứ mười-chẳng ham trau chuốt
Dành cho con các cuộc thanh nhàn
Thương con như ngọc như vàng
Ơn cha nghĩa mẹ sánh bằng Thái Sơn.

Phật lại bảo, A Nan nên biết:
Trong chúng sanh tuy thiệt phẩm người
Mười phần mê muội cả mười
Không tường ơn trọng đức dày song thân. (o)

Chẳng kính mến quên ơn trái đức
Không xót thương dưỡng dục cù lao
Ấy là bất hiếu mặc giao
Những hạng người ấy đời nào nên thân.

Mẹ sanh con cưu mang mười tháng
Cực khổ dường gánh nặng trên vai
Uống ăn chẳng đặng vì thai
Cho nên thân thể hình hài kém suy.

Khi sinh sản hiểm nguy chi xiết
Sanh đặng rồi tinh huyết dầm dề
Ví như thọc huyết trâu dê
Nhất sinh thập tử nhiều bề gian nan.

Con còn nhỏ lo toan săn sóc
Ăn đắng, cay, bùi ngọt phần con
Phải tắm phải giặt rửa trôn
Biết rằng dơ dáy mẹ không ngại gì. (o)

Nằm phía ướt con nằm phía ráo
Sợ cho con ướt áo, ướt chăn
Hoặc khi ghẻ chóc khắp thân

Ắt con phải chịu trăm phần thảm thương.

Trọn ba năm bú nương sữa mẹ
Thân gầy mòn nào nệ với con
Khi con vừa được lớn khôn
Cha mẹ dạy bảo cho con vỡ long.

Con đi học mở thông trí tuệ
Dựng vợ chồng cho dễ làm ăn
Ước mong con được nên thân
Dầu cho cha mẹ cơ bần quản chi.

Con ốm đau tức thì lo chạy
Dầu tốn hao đến mấy cũng đành
Khi con căn bệnh đặng lành
Thì cha mẹ mới an thần định tâm.

Công dưỡng dục sánh bằng non biển
Cớ sao con chẳng biết ơn này
Hoặc khi lầm lỗi bị rầy
Chẳng tuân thì chớ, lại bày ngỗ ngang.

Hỗn cha mẹ phùng mang trợn mắt

Khinh trưởng huynh, nộ nạt thê nhi
Bà con chẳng kể ra chi
Không tuân sư phụ lễ nghi chẳng tường. (o)

Lời dạy bảo song đường không kể
Tiếng khuyên răn anh chị chẳng màng
Trái ngang chống báng mọi đàng
Ra vào lui tới mắng càn người trên.

Vì lỗ mãng tánh quen làm bướng
Chẳng kể lời trưởng thượng dạy răn
Lớn lên theo thói hung hăng
Đã không nhẫn nhịn, lại càng làm hung.

Bỏ bạn lành, theo cùng chúng dữ
Nết tập quen, làm sự trái ngang
Nghe lời dụ dỗ huyênh hoang
Bỏ cha bỏ mẹ trốn sang quê người.

Trước còn tập theo thời theo thế
Thân lập thân, tìm kế sinh nhai
Hoặc đi buôn bán kiếm lời
Hoặc vào quân lính với đời lập công.

Vì ràng buộc đồng công mối nợ
Hoặc trở ngăn vì vợ, vì con
Quên cha, quên mẹ tình thâm
Quên hương xứ sở lâu năm không về. (o)

Ấy là nói những người có chí
Chớ phần nhiều du hí mà thôi
Sau khi phá hết của rồi
Phải tìm phương kế kiếm đôi đồng xài.

Theo trộm cướp, hoặc là bài bạc
Phạm tội hình, tù rạc phải vương
Hoặc khi mang bệnh giữa đường
Không người nuôi dưỡng, bỏ thân ngoài đồng.(o)

Hay tin dữ bà con cô bác
Cùng mẹ cha xao xác buồn rầu
Thương con than khóc ưu sầu
Có khi mang bịnh đui mù vấn vương. (o)

Hoặc bịnh nặng vì thương quá lẽ
Phải bỏ mình làm quỉ giữ hồn
Hoặc nghe con chẳng lo lường

Trà đình tửu điếm phố phường ngao du. (o)

Cứ mải miết con đường bất chính
Chẳng mấy khi thần tỉnh mộ khan
Làm cho cha mẹ than van
Sinh con bất hiếu phải mang tiếng đời.

Hoặc cha mẹ đến hồi già yếu
Không ai nuôi thốn thiếu mọi điều
Ốm đau đói rách kêu rêu
Con không cấp dưỡng, bỏ liều chẳng thương.

Phận con gái khi nương cha mẹ
Còn có lòng hiếu để thuận hòa
Cần lao phục dịch trong nhà
Dễ sai, dễ khiến hơn là nam nhi.

Song đến lúc, tùng phu xuất giá
Lo bên chồng chẳng sá bên mình
Trước còn lai vãng đến thăm
Lần lần nguội lạnh biệt tăm biệt nhà.

Quên dưỡng dục song thân ân trọng

Không nhớ công mang nặng để đau
Chẳng lo báo bổ cù lao
Làm cho cha mẹ tuôn trào lệ rơi. (o)

Nếu mẹ cha la rầy quở mắng
Trở sanh lòng hờn giận chẳng kiên
Đến khi chồng đánh liên miên
Thì cam lòng chịu chẳng phiền chẳng than.

Tội bất hiếu lưỡng ban nam nữ
Nói không cùng nghiệp dữ phải mang
Nghe Phật chỉ rõ mọi đàng
Tất cả đại chúng lòng càng thảm thay.

Gieo xuống đất, lấy cây lấy củi
Đập vào mình, vào mũi, vào hông
Làm cho các lỗ chân lông
Thảy đều rướm máu ướt dầm cảm than.

Đến hôn mê tâm thần bất định
Một giây lâu mới tỉnh than rằng:
Bọn ta quả thật tội nhân
Xưa nay chẳng rõ, không hơn người mù.

Nay tỏ ngộ biết bao lầm lạc
Ruột gan dường như nát như tan
Tội tình khó nỗi than van
Làm sao trả đặng muôn ngàn ân sâu. (o)

Trước Phật tiền ai cầu trần tố
Xin Thế Tôn mẫn cố bi lân
Làm sao báo đáp thâm ân
Tỏ lòng hiếu thuận song thân của mình?

Phật bèn dùng phạm thinh sáu món
Phân tỏ cùng đại chúng lóng nghe
Ân cha, nghĩa mẹ nặng nề
Không phương báo đáp cho vừa sức đâu.

Ví có người ân sâu dốc trả
Cõng mẹ cha tất cả hai vai
Giáp vòng hòn núi Tu Di
Đến trăm ngàn kiếp ân kia chưa vừa.

Ví có người gặp cơn đói rét
Nuôi song thân dâng hết thân này
Xương nghiền thịt nát phân thây

Trải trăm ngàn kiếp ân đây chưa đồng.

Ví có người vì công sanh dưỡng
Tự tay mình khoét thủng song ngươi
Chịu thân mù tối như vầy
Đến trăm ngàn kiếp ơn này thấm đâu. (o)

Ví có người cầm dao thiệt bén
Mổ bụng ra rút hết tâm can
Huyết ra khắp đất chẳng than
Đến trăm ngàn kiếp thâm ân đâu bằng.

Ví có người dùng ngàn mũi nhọn
Đâm vào mình bất luận chỗ nào
Tuy là sự khó biết bao
Trải trăm ngàn kiếp không sao đáp đền.

Ví có người vì ân dưỡng dục
Tự treo mình, cúng Phật thế đèn
Cứ treo như vậy trọn năm
Trải trăm ngàn kiếp ân thâm chưa đền.

Ví có người xương nghiền ra mỡ

Hoặc dùng dao chặt bửa thân mình
Xương tan, thịt nát chẳng phiền
Đến trăm ngàn kiếp ơn trên chưa đồng. (o)

Ví có người vì công dưỡng dục
Nuốt sắt nóng thấu ruột thấu gan
Làm cho thân thể tiêu tan
Đến trăm ngàn kiếp chưa ngang ơn này.

Nghe Phật nói thảy đều kinh khủng
Giọt lệ tràn khó nỗi cầm ngăn
Đồng thanh bạch với Phật rằng
Làm sao trả đặng thâm ân song đường?

Phật mới bảo các hàng Phật tử:
Phải lắng nghe ta chỉ sau này
Chúng ngươi muốn đáp ơn dày
Phải nên biên chép kinh đây lưu truyền.

Vì cha mẹ trì chuyên phúng tụng
Cùng ăn năn những tội lỗi xưa
Cúng dường Tam Bảo sớm trưa
Cùng là tu phước, chẳng chừa món chi.

Rằm tháng Bảy là ngày Tự Tứ

Mười phương Tăng đều dự lễ này

Sắm sanh lễ vật đủ đầy

Chờ giờ câu hội đặt bày cúng dâng. (o)

Đặng cầu nguyện song đường trường thọ

Hoặc sanh về Tịnh Độ an nhàn

Ấy là báo đáp thù ân

Sanh thành dưỡng dục song thân của mình.

Phật tử phải cần chuyên trì giới

Pháp Tam Quy, ngủ giới giữ gìn

Những lời ta dạy đinh ninh

Phải nên vâng giữ thi hành đừng sai.

Được như vậy mới là khỏi tội

Bằng chẳng thì ngục tối phải sa

Trong năm đại tội kể ra

Bất hiếu thứ nhứt, thật là trọng thay.

Sau khi chết, bị đày vào ngục

Ngũ Vô Gián cũng gọi A Tỳ

Ngục này trong núi Thiết Vi

Vách phên bằng sắt vây quanh bốn bề.

Trong ngục này hằng ngày lửa cháy
Đốt tội nhân hết thảy thành than
Có lò nấu sắt cho tan
Rót vào trong miệng tội nhân hành hình. (o)

Một vá đủ cho người thọ khổ
Lột thịt da đau thấu tâm can
Lại còn chó sắt cắn gang
Phun ra khói lửa đốt đoàn tội nhân.

Ở trong ngục có giường bằng sắt
Bắt tội nhơn nằm khắp đó xong
Rồi cho một ngọn lửa hồng
Nướng quay chúng nó da phồng thịt thau.

Móc bằng sắt thương đao gươm giáo
Trên không trung đổ xuống như mưa
Gặp ai chém nấy chẳng chừa
Làm cho thân thể như dưa chín muồi.

Những hình phạt vô phương kể hết

Mỗi ngục đều có cách trị riêng
Như là xe sắt phân thây
Chim ưng mổ bụng trâu cày lưỡi le. (o)

Nếu chết được, chết liền cho đỡ
Vì nghiệp duyên không nỡ hành thân
Ngày đêm sống chết muôn lần
Đến trăm ngàn kiếp không ngừng một giây.

Sự hành phạt tại A Tỳ ngục
Rất nặng nề ngỗ nghịch song thân
Chúng ngươi đều phải ân cần
Thừa hành lời dạy, phân trần ở trên.

Nhứt là phải kinh nầy biên chép
Truyền bá ra cho khắp Đông Tây
Như ai chép quyển kinh nầy
Cũng bằng đặng thấy một vì Thế Tôn.

Nếu in đặng nghìn muôn quyển ấy
Thì cũng bằng thấy Phật vạn thiên
Tùy theo phước báo lưu truyền
Chư Phật ủng hộ sở nguyện viên dung.

Cha mẹ đặng xa miền khốc lãnh

Lại hóa sanh về cảnh thiên cung

Nghe lời Phật giảng vừa xong

Khắp trong tứ chúng một lòng kính vâng.

Lại phát nguyện dù thân này nát

Ra bụi tro muôn kiếp chẳng nài

Dầu cho kéo lưỡi trâu cày

Đến trăm ngàn kiếp lời thầy không quên. (o)

Ví như bị trăm ngàn dao mác

Khắp thân này bằm nát như tương

Trải trăm ngàn kiếp khôn lường

Chúng con gìn giữ như phương thuốc mầu.

Đức A Nan âu sầu đảnh lễ

Cầu Thế Tôn đặt để hiệu kinh

Dễ bề truyền bá chúng sanh

Chuyên trì phúng tụng tu hành mai sau.

Phật mới bảo A Nan nên biết:

Quyển kinh này quả thiệt cao xa

Đặt tên "Báo Hiếu Mẹ Cha"

Cùng là "Ân Trọng" thật là chơn kinh.

Các ngươi phải giữ gìn châu đáo
Để đời sau, y giáo phụng hành.
Sau khi, Phật dạy đành rành
Bốn hàng Phật tử tâm thành vui theo.

Cùng một lòng vâng lời Phật dạy
Và kính thành tin chắc vẹn truyền
Đồng nhau tựu lại Phật tiền
Nhất tâm đảnh lễ, rồi liền lui ra.
**Nam Mô Đại Hiếu Mục Kiền Liên Bồ Tát
Ma Ha Tát.** (3 lần) (o)

KINH BÁT NHÃ BA LA MẬT

Khi Ngài Quán Tự Tại Bồ Tát thực hành sâu xa pháp Bát Nhã Ba La Mật Đa, Ngài soi thấy năm uẩn đều không, qua hết thảy khổ ách.

"Này Xá Lợi Phất, sắc chẳng khác không, không chẳng khác sắc, sắc tức là không, không tức là sắc. Thọ, Tưởng, Hành, Thức cũng đều như thế".

"Này Xá Lợi Phất, 'tướng không của mọi pháp' không sanh, không diệt, không dơ, không sạch, không thêm, không bớt, nên trong 'chân không', không có sắc, không có thọ, tưởng, hành, thức, không có mắt, tai, mũi, lưỡi, thân, ý, không có sắc, thinh, hương, vị, xúc, pháp, không có nhãn giới, cho đến không có ý thức giới, không có vô minh, cũng không có cái hết vô minh, cho đến không có già chết, cũng không có cái hết già chết, không có khổ, tập, diệt, đạo, không có trí huệ, cũng không có chứng đắc.

Vì không có chỗ chứng đắc, nên Bồ Tát y theo Bát Nhã Ba La Mật Đa, tâm không ngăn ngại. Vì không ngăn ngại, nên không sợ hãi, xa hẳn điên đảo, mộng tưởng, đạt tới cứu cánh Niết Bàn.

Chư Phật trong ba đời cũng y theo Bát Nhã Ba La Mật Đa, được đạo quả vô thượng chánh đẳng chánh giác.

Nên biết Bát Nhã Ba La Mật Đa là Đại Thần Chú, là Đại Minh Chú, là Vô Thượng Chú, là Vô Đẳng Đẳng Chú, trừ được hết thảy khổ, chân thật không hư".

Vì vậy, liền nói Chú Bát Nhã Ba La Mật Đa:

"Yết đế, yết đế, ba la yết đế, ba la tăng yết đế, bồ đề tát bà ha". (3 lần) (o)

VÃNG SANH QUYẾT ĐỊNH CHÂN NGÔN

Nam-mô a di đa bà dạ

Đa tha dà đa dạ

Đa địa dạ tha.

A di rị đô bà tỳ

A di rị đa tất đam bà tỳ

A di rị đa tì ca lan đế

A di rị đa, tì ca lan đa

Dà di nị dà dà na

Chỉ đa ca lệ ta bà ha. (3 lần) (o)

NIỆM PHẬT

A Di Đà Phật thân sắc vàng

Tướng tốt quang minh tự trang nghiêm

Năm Tu Di uyển chuyển bạch hào

Bốn biển lớn trong ngần mắt biếc

Trong hào quang hóa vô số Phật

Vô số Bồ tát hiện ở trong

Bốn mươi tám nguyện độ chúng sanh

Chín phẩm sen vàng lên giải thoát

Quy mạng lễ A Di Đà Phật

Ở phương Tây thế giới an lành

Con nay xin phát nguyện vãng sanh
Cúi xin Đức Từ Bi tiếp độ.

Nam-mô Tây-phương Cực-lạc thế-giới,
đại-từ đại-bi, A-Di-Đà Phật.

Nam-mô A-Di-Đà Phật. (3 lần) (o)

Nam-mô Đại-bi Quán-Thế-Âm Bồ-tát. (3 lần) (o)

Nam-mô Đại-Thế-Chí Bồ-tát. (3 lần) (o)

Nam-mô Địa-Tạng Vương Bồ-tát. (3 lần) (o)

Nam-mô Đại-Hiếu Mục Kiền Liên Bồ-tát.
(3 lần) (o)

Nam-mô Thanh-tịnh Đại-Hải chúng Bồ-tát.
(3 lần) (ooo)

SÁM VU LAN

Đệ tử chúng con
Vâng lời Phật dạy
Ngày rằm tháng Bảy
Gặp hội Vu Lan
Phạm Vũ huy hoàng
Đốt hương đảnh lễ
Mười phương Tam thế
Phật, Pháp, Thánh, Hiền
Noi gương đức Mục Kiền Liên
Nguyện làm con thảo

Lòng càng áo não
Nhớ nghĩa thân sanh
Con đến trưởng thành
Mẹ dày đau khổ
Ba năm nhũ bộ
Chín tháng cưu mang
Không ngớt lo toan
Quên ăn bỏ ngủ
Ấm no đầy đủ
Cậy có công cha
Chẳng quản yếu già
Sanh nhai lam lũ
Quyết cùng hòan vũ
Phấn đấu nuôi con
Giáo dục vuông tròn
Đem đường học đạo
Đệ tử ơn sâu chưa báo
Hổ phận kém hèn
Giờ này quỳ trước đài sen
Chí thành cung kính
Đạo tràng thanh tịnh
Tăng Bảo trang nghiêm
Hoặc hiện tham thiền
Đầy đủ thiện duyên
Dũ lòng lân mẫn

Hộ niệm cho:

Bảy kiếp cha mẹ chúng con

Đượm nhuần mưa Pháp

Còn tại thế:

Thân tâm yên ổn

Phát nguyện tu trì

Đã qua đời:

Ác đạo xa lìa

Chóng thành Phật quả

Ngưỡng mong các đức Như Lai

Khắp cõi hư không

Từ bi gia hộ.

HỒI HƯỚNG

Vu Lan công đức, hạnh nhiệm mầu

Thắng phước bao nhiêu con nguyện cầu

Tất cả chúng sanh trong pháp giới

Hướng về Phật Pháp tỏ đạo mầu.

Nguyện cho ba chướng tiêu tan

Phiền não dứt sạch, huệ căn sang ngời

Cầu cho con được đời đời

Hành Bồ Tát Đạo, cứu đời lầm than.

Nguyện sanh Tây Phương, cõi Lạc Bang

Cha mẹ, sen vàng chín phẩm sanh

Hoa nở, thấy Phật, quả viên thành

Các vị Bồ Tát bạn lành với ta. *(o)*

NGỒI THIỀN

*(Mỗi người im lặng tĩnh tâm tự cầu nguyện
và thiền 15 phút)*

Canh năm Bát nhã chiếu vô biên
Chẳng khởi một niệm khắp tam thiên
Muốn thấy chân như tánh bình đẳng
Dè dặt sanh tâm trước mắt liền. (o)
Lý diệu ảo huyền không lường được
Dụng công đuổi bắt càng nhọc lòng
Nếu không một niệm mới thật tìm
Còn có tâm tìm còn chẳng biết.

Chủ lễ xướng: **Nam Mô Bổn Sư Thích Ca Mâu Ni Phật.** (o)

Đại chúng đáp lại: **Nam Mô Bổn Sư Thích Ca Mâu Ni Phật.** (3 lần) (o)

Nam Mô A Di Đà Phật

PHỤC NGUYỆN

Tam Bảo chứng minh oai thần hộ niệm, Bồ tát, Long thiên, Phạm vương Đế thích và bốn Thiên vương Thiên long bát bộ, Hộ pháp Thần vương tất cả thiện thần thùy từ ủng hộ.

Hôm nay lễ Vu Lan, Rằm tháng bảy, ngày Chư

Tăng ra hạ sau, ngày Cứu độ các vong linh bị treo ngược trong địa ngục, chúng con là... (Tỳ Kheo Ni...., Sadini...) **cùng với các Phật tử chùa Hương Sen, Perris, California, một dạ chí thành vân tập tại đại hùng bảo điện Hương Sen phúng tụng Kinh Vu Lan Bồn và kinh Phụ Mẫu Báo Ân, xưng tán hồng danh cùng niệm Phật kinh hành công đức.**

Nguyện đem công đức này cầu cho Phật sự phát triển chùa Hương Sen, Perris, Califronia, thành chốn tùng lâm nghiêm tu, ngày một thành tựu, được sự ủng hộ gia trì của đàn việt tín tâm, chư thiên hộ pháp, bồ tát và mười phương chư Phật, để Phật nhật tăng huy, pháp luân thường chuyển, mưa thuận gió hòa, quốc thới dân an.

Nguyện đem công đức này cầu an cho Phật tử... (tên, pháp danh, tuổi) **cùng với các vị gia chủ và các Phật tử hiện diện tại đây: tai qua nạn khỏi, tật bịnh tiêu trừ, nghiệp chướng tiêu tan, gia đạo bình an, thân tâm thường an lạc, quanh năm đều được vạn sự cát tường như ý. Nguyện cho các vị tâm Bồ đề kiên cố, chí tu học vững bền, tự giác, giác tha, giác hạnh viên mãn.**

Lại nguyện đem công đức này cầu siêu cho hương linh... (tên, pháp danh, hưởng thọ) **cùng cửu huyền thất tổ, nội ngoại hai bên, phụ mẫu quá vãng nhiều đời, nhiều kiếp của chúng con và tất cả các hương linh ký tự tại Chùa Hương Sen,**

anh hùng chiến sĩ, vì nước hy sinh, đồng bào tử nạn, mười hai loại cô hồn, chết sông, chết chợ, đầu đường, xó chợ, nay được an lành, nghe kinh kệ siêu thăng tịnh độ, vượt qua bể khổ, thoát khỏi Ta Bà, sen vàng chín phẩm nở hoa, pháp thân hiện Di Đà thọ ký.

Sau cùng, nguyện chúng con cùng tất cả chúng sanh đều sớm trọn thành Phật đạo.

Đại chúng đồng niệm: **Nam Mô A Di Đà Phật.**(o)

KÍNH LỄ

(Đại chúng đứng lên)
Bao nhiêu tất cả nhân sư tử
Mười phương ba đời cùng các cõi
Con đem thân miệng ý thanh tịnh
Lạy khắp tất cả không còn dư. (o)

Nhất tâm đảnh lễ, đệ tử chúng con đại vì bốn ân ba cõi chí thành đảnh lễ:

Nam Mô Quá Khứ Trang Nghiêm Kiếp Thiên Phật. (1 lạy) (o)

Nhất tâm đảnh lễ, đệ tử chúng con đại vì bốn ân ba cõi chí thành đảnh lễ:

Nam Mô Hiện Tại Hiền Kiếp Thiên Phật. (1 lạy) (o)

Nhất tâm đảnh lễ, đệ tử chúng con đại vì bốn ân

ba cõi chí thành đảnh lễ:
Nam Mô Vị Lai Tinh Tú Kiếp Thiên Phật.
(1 lạy) (o)

TAM QUY

Con nương theo Phật, cầu cho chúng sanh
Tin chắc Đạo cả, phát lòng vô thượng.
(1 lạy) (o)

Con nương theo Pháp, cầu cho chúng sanh
Thấu rõ kinh tạng, trí huệ như biển. (1 lạy) (o)

Con nương theo Tăng, cầu cho chúng sanh
Kính tín hòa hợp, tất cả không ngại.
(1 lạy) (ooo)
Cúng rằm Nguyên Đán lễ trang nghiêm,
Rước Phật đón xuân lễ đã hòan
Công đức vô biên ban tất cả,
Vui mừng chúc tụng khắp nhân gian.
Nam Mô Viên Mãn Tạng Bồ Tát Ma Ha Tát.
(3 lần) (o)

BÀI KỆ CHƯ THIÊN

Trời, A-tu-la, Dạ xoa thảy

Đến nghe pháp đó nên chí tâm

Ủng hộ Phật pháp khiến thường còn

Mỗi vị siêng tu lời Phật dạy.

Bao nhiêu người nghe đến chốn này

Hoặc trên đất liền hoặc hư không

Thường với người đời sanh lòng từ

Ngày đêm tự mình nương pháp ở.

Nguyện các thế giới thường an ổn

Phước trí vô biên lợi quần sanh

Bao nhiêu tội chướng thảy tiêu trừ

Xa lìa các khổ về viên tịch.

Hằng dùng giới hương xoa vóc sáng

Thường trì định phục để giúp thân

Hoa mầu bồ đề khắp trang nghiêm

Tùy theo chỗ ở thường an lạc. (o)

Nam mô Tam Châu Cảm Ứng Hộ Pháp Vi Đà Tôn Thiên Bồ Tát Ma Ha Tát (3 lần) (o)

Thỉnh đại chúng đi niệm Phật 1 vòng khắp sân chùa rồi hồi hướng và dùng cơm trưa.

TỦ SÁCH BẢO ANH LẠC

do Ni Sư Tiến Sĩ TN Giới Hương biên soạn

1.1. SÁCH TIẾNG VIỆT

1. *Bồ-tát và Tánh Không Trong Kinh Tạng Pali và Đại Thừa.*

2. *Ban Mai Xứ Ấn -Tuyển tập các Tiểu Luận Phật Giáo (3 tập).*

3. *Vườn Nai – Chiếc Nôi.*

4. *Quy Y Tam Bảo và Năm Giới.*

5. *Vòng Luân Hồi.*

6. *Hoa Tuyết Milwaukee.*

7. *Luân Hồi trong Lăng Kính Lăng Nghiêm.*

8. *Nghi Thức Hộ Niệm, Cầu Siêu.*

9. *Quan Âm Quảng Trần.*

10. *Nữ Tu và Tù Nhân Hoa Kỳ.*

11. *Nếp Sống Tỉnh Thức của Đức Đạt Lai Lạt Ma Thứ XIV.*

12. *A-Hàm: Mưa pháp chuyển hóa phiền não, 2 tập.*

13. *Góp Từng Hạt Nắng Perris.*

14. *Pháp Ngữ của Kinh Kim Cang.*

15. *Tập Thơ Nhạc Nắng Lăng Nghiêm.*

16. *Nét Bút Bên Song Cửa.*

17. *Máy Nghe MP3 Hương Sen* (Hương Sen Digital Mp3 Radio Speaker): Các Bài Giảng, Sách, Bài viết và Thơ Nhạc của Thích Nữ Giới Hương (383/201 bài).

18. *DVD Giới Thiệu về Chùa Hương Sen.*

19. *Ni Giới Việt Nam Hoằng Pháp tại Hoa Kỳ.*

20. *Tuyển Tập 40 Năm Tu Học & Hoằng Pháp của Ni sư Giới Hương*, Thích Nữ Viên Quang, TN Viên Nhuận, TN Viên Tiến, and TN Viên Khuông.

21. *Tập Thơ Nhạc Lối Về Sen Nở.*

22. *Nghi Thức Công Phu Khuya – Thần Chú Thủ Lăng Nghiêm.*

23. *Nghi Thức Cầu An – Kinh Phổ Môn.*

24. *Nghi Thức Cầu An – Kinh Dược Sư.*

25. *Nghi Thức Sám Hối Hồng Danh.*

26. *Nghi Thức Công Phu Chiều – Mông Sơn Thí Thực.*

27. *Khóa Tịnh Độ – Kinh A Di Đà.*

28. *Nghi Thức Cúng Linh và Cầu Siêu.*

29. *Nghi Lễ Hàng Ngày - 50 Kinh Tụng và các Lễ Vía trong Năm.*

30. *Hương Đạo Trong Đời 2022* - Tuyển tập 60 Bài Thi trong Cuộc Thi Viết Văn Ứng Dụng Phật Pháp 2022.

31. *Hương Pháp 2022* (Tuyển Tập Các Bài Thi Trúng Giải Cuộc Thi Viết Văn Ứng Dụng Phật Pháp 2022.

32. *Giới Hương - Thơm Ngược Gió Ngàn*, Nguyên Hà.

33. *Pháp Ngữ Kinh Hoa Nghiêm* (2 tập). Thích Nữ Giới Hương.

34. *Tinh Hoa Kinh Hoa Nghiêm.* Thích Nữ Giới Hương. NXB Hương Sen.

35. *Phật Giáo – Tầm Nhìn Lịch Sử Và Thực Hành.* Hiệu đính: Thích Hạnh Chánh và Thích Nữ Giới Hương.

36. *Nhật ký Hành Thiền Vipassana và Kinh Tứ Niệm Xứ.*

37. *Nghi cúng Giao Thừa.*

38. *Nghi cúng Rằm Tháng Giêng.*

39. *Nghi thức Lễ Phật Đản.*

40. *Nghi thức Vu Lan.*

41. *Lễ Vía Quan Âm.*

42. *Nghi cúng Thánh Tổ Kiều Đàm Di.*

43. *Nghi thức cúng Tổ và Giác linh Sư trưởng.*

1.2. SÁCH TIẾNG ANH

1. *Boddhisattva and Sunyata in the Early and Developed Buddhist Traditions.*

2. *Rebirth Views in the Śūraṅgama Sūtra.*

3. *Commentary of Avalokiteśvara Bodhisattva.*

4. *The Key Words in Vajracchedikā Sūtra.*

5. *Sārnātha-The Cradle of Buddhism in the Archeological View.*

6. *Take Refuge in the Three Gems and Keep the Five Precepts.*

Bhikṣuṇī TN Gioi Huong.

29. *Contribution of Buddhism For World Peace & Social Harmony*. Edited by Ven. Dr. Buddha Priya Mahathero and Ven. Dr. Bhikṣuṇī TN Gioi Huong.

30. *Global Spread of Buddhism with Special Reference to Sri Lanka*. Buddhist Studies Seminar in Kandy University. Edited by Prof. Ven. Medagama Nandawansa and Dr. Bhikṣuṇī TN Gioi Huong.

31. *Buddhism In Sri Lanka During The Period of 19th to 21st Centuries*. Buddhist Studies Seminar in Colombo. Edited by Prof. Ven. Medagama Nandawansa and Dr. Bhikṣuṇī TN Gioi Huong.

32. *Diary: Practicing Vipassana and the Four Foundations of Mindfulness Sutta.*

1.3. SÁCH SONG NGỮ (VIETNAMESE-ENGLISH)

1. *Bản Tin Hương Sen: Xuân, Phật Đản, Vu Lan* (Hương Sen Newsletter: Spring, Buddha Birthday and Vu Lan, annual/ Mỗi Năm).

2. *Danh Ngôn Nuôi Dưỡng Nhân Cách - Good Sentences Nurture a Good Manner.*

3. *Văn Hóa Đặc Sắc của Nước Nhật Bản-Exploring the Unique Culture of Japan.*

4. *Sống An Lạc dù Đời không Đẹp như Mơ - Live Peacefully though Life is not Beautiful as a Dream.*

5. *Hãy Nói Lời Yêu Thương-Words of Love and Understanding.*

6. *Văn Hóa Cổ Kim qua Hành Hương Chiêm Bái -The Ancient- Present Culture in Pilgrim.*

7. *Nghệ Thuật Biết Sống - Art of Living.*

8. *Nhật ký Hành Thiền Vipassana và Kinh Tứ Niệm Xứ - Diary: Practicing Vipassana and the Four Foundations of Mindfulness Sutta.*

9. *Dharamshala - Hành Hương Vùng Đất Thiêng, Ấn Độ, Dharamshala - Pilgrimage to the Sacred Land, India.*

1.4. SÁCH CHUYỂN NGỮ

1. *Xá Lợi Của Đức Phật* (Relics of the Buddha), Tham Weng Yew.

2. *Sen Nở Nơi Chốn Tử Tù* (Lotus in Prison), many authors.

3. *Chùa Việt Nam Hải Ngoại* (Overseas Vietnamese Buddhist Temples).

4. *Việt Nam Danh Lam Cổ Tự* (The Famous Ancient Buddhist Temples in Vietnam).

5. *Hương Sen, Thơ và Nhạc* – (Lotus Fragrance, Poem and Music).

6. *Phật Giáo-Một Bậc Đạo Sư, Nhiều Truyền Thống* (Buddhism: One Teacher – Many Traditions), Đức Đạt Lai Lạt Ma 14th & Ni Sư Thubten Chodren.

7. *Cách Chuẩn Bị Chết và Giúp Người Sắp Chết-Quan Điểm Phật Giáo* (Preparing for Death and Helping the Dying – A Buddhist Perspective)

2. ALBUMS NHẠC
Từ Thơ Thích Nữ Giới Hương

1. Đào Xuân *Lộng Ý Kinh* (The Buddha's Teachings Reflected in Cherry Flowers).

2. *Niềm Tin Tam Bảo* (Trust in the Three Gems).

3. *Trăng Tròn Nghìn Năm* Đón *Chờ Ai* (Who Is the Full Moon Waiting for for Over a Thousand Years?).

4. Ánh *Trăng Phật Pháp* (Moonlight of Dharma-Buddha).

5. *Bình Minh Tỉnh Thức* (Awakened Mind at the Dawn) (*Piano Variations for Meditation*).

6. *Tiếng Hát Già Lam* (Song from Temple).

7. *Cảnh* Đẹp *Chùa Xưa* (The Magnificent, Ancient Buddhist Temple).

8. Karaoke *Hoa* Ưu Đàm Đã *Nở* (An Udumbara Flower Is Blooming).

9. *Hương Sen Ca* (Hương Sen's Songs)

10. *Về Chùa Vui Tu* (Happily Go to Temple for Spiritual Practices)

11. *Gọi Nắng Xuân Về* (Call the Spring Sunlight).

12. Đệ *Tử Phật*. Thơ: Thích Nữ Giới Hương, Nhạc: Uy Thi Ca & Giác An, volume 4, năm 2023.

Mời xem: http://www.huongsentemple.com/index.php/kinh-sach/tu-sach-bao-anh-lac